அமித்ரா குட்டியின் புத்தர்

குறிஞ்சி பிரபா

உயிர்மை
பதிப்பகம்

விலை ரூ. 70

உயிர்மை பதிப்பக வெளியீடு:518

அமித்ரா குட்டியின் புத்தர் ∥ கவிதைகள் ∥ ஆசிரியர்: குறிஞ்சி பிரபா ∥ © குறிஞ்சி பிரபா ∥ முதல் பதிப்பு : டிசம்பர் 2014 ∥ வெளியீடு : உயிர்மை பதிப்பகம், 11 / 29 சுப்பிரமணியம் தெரு, அபிராமபுரம், சென்னை – 600 018 தொலைபேசி : 91 – 44 – 24993448, மின்னஞ்சல் : uyirmmai@gmail.com, இணையதளம் : www.uyirmmai.com ∥ முன் அட்டை புகைப்படம்: வசந்த குமார், பின்னட்டை புகைப்படம்: ஹரி ∥ அச்சாக்கம் : மணி ஆஃப்செட், சென்னை 600 077

Amithra kuttiyin budhar ∥ Poems ∥ Author: Kurinchi Prabha ∥ © Kurinchi Prabha ∥ Language: Tamil ∥ First Edition : December 2014 ∥ Demy 1x8 ∥ Paper : 18.6 kg maplitho ∥ Pages : 80 ∥ Published by Uyirmmai Pathippagam, 11/29 Subramaniam Street, Abiramapuram, Chennai - 600 018, India. Phone : 91- 44 -24993448, e-mail : uyirmmai @gmail.com, Website: www.uyirmmai.com ∥ Front Cover Photograph: Vasantha Kumar ∥ Back cover Photograph: Hari Printed at Mani Offset, Chennai 600 077 ∥ Price : Rs. 70

ISBN : 978-93-85104-07-7

குறிஞ்சி பிரபா

13.5.1989இல் பிறந்த குறிஞ்சி பிரபாவின் இயற்பெயர் பிரபாகரன். பெற்றோர் துரை. மீனாட்சிசுந்தரம், அன்புச் செல்வி. கடலூர் மாவட்டம், குமாரக்குடி என்ற கிராமத்தைச் சேர்ந்தவர். இவர் சேத்தியாத்தோப்பு தேகோமா மேல்நிலைப் பள்ளியிலும், இளங்கலை அறிவியலில் காட்சி தகவலியலை (Viscom B.Sc.,) எஸ்.ஆர்.எம். கலை அறிவியல் கல்லூரியிலும் பயின்றவர். தற்போது *பென்சில்* திரைப் படத்தில் திரு. மணி நாகராஜிடம் உதவி இயக்குநராகப் பணிபுரியும் இவர், வளர்ந்து வரும் பாடலாசிரியரும்கூட. *தெகிடி, சரபம்* ஆகிய திரைப்படங்களில் பாடலாசிரியராகப் பணியாற்றியுள்ளார்.

இது இவரது இரண்டாவது கவிதைத் தொகுப்பு. முதல் தொகுப்பு, *முத்த வழிச்சாலை* எனும் காதல் கவிதை.

kurinchiprabha@gmail.com
Ph: 9003020405

நன்றி

துரை சுப்புரத்தினம், தியாக குறிஞ்சி செல்வன்
சிவசண்முகம் குலோத்துங்கன், L.மனோகரன்
ஓவியர் திரு. டிராட்ஸ்கி மருது, கவிஞர் திரு. பழநி பாரதி
கவிஞர் திரு. இரா. பச்சியப்பன்
கவிஞர் திரு. மனுஷ்ய புத்திரன், எழுத்தாளர் திரு.எஸ். ராமகிருஷ்ணன்
கவிஞர் முத்துவேல், கவிஞர் தபு சங்கர்
கவிஞர் நந்தலாலா, கவிஞர் நெல்லை ஜெயந்தா
ஒளிப்பதிவாளர் கோபி அமர்நாத்
இயக்குநர் மணி நாகராஜ்
திரு. சதீஷ்குமார் கு. விவேகானந்தன்
இசையமைப்பாளர் நிவாஸ் கே பிரசன்னா
இயக்குநர் ரமேஷ் பழனி
இயக்குநர் அருண்மோகன்
இசையமைப்பாளர் ஜான்பிரிட்டோ
தமிழறிஞர் இளையராஜா
திரு. சரவணன், திருகுமரன் என்டர்டெய்ன்மென்ட்

ஆசிரியர் மஞ்சை வசந்தன்
ஆசிரியர் திரு. தேவ சேனாதிபதி
ஆசிரியர் திரு. ஓ. குருசாமி
பேராசிரியர் கவிஞர் திரு. யாழினி முனுசாமி
பேராசிரியர் திரு. அருண்பிரசாத்
பேராசிரியர் திரு. ஆதிராமானுஜம்
மாலினி சீவரத்தினம்
அமுதினி அறிவுமதி
தயாரிப்பாளர் சிவி குமார்
திரு. ஹேம்ராஜ்
திரு. ராஜ்கமல்
திரு. சீசர்
திரு. சிதம்பரம்
திரு. சண்முகம்
திரு. நிஷாந்தன்
திரு. செல்வ ஜெயக்குமார்

வேட்டை நாய்களின் நிலத்தில் ஒரு மண்புழு...

பழநிபாரதி

> மொசைக் தரையில் தவறிப்போன
> ஒற்றைக் குண்டூசி போல்
> **ஆத்மாநாம்**

எண்களாலும் குறியீடுகளாலும் ஆன சந்தையுலகில் ஓர் எளிய மனிதனின் அன்பு கவனிக்கப்படாததாக அல்லது கேலிக்குரியதாக இருக்கிறது.

அன்பை மட்டும் சுமந்து திரிகிற மனிதர்கள் எப்போதும் தங்கள் ரயிலைத் தவற விட்டு விடுகிறார்கள். கடைசி நேரம் மூடப்பட்ட உணவகங்களைப் பசியோடு கடக்கிறார்கள். ஆனாலும் அவர்கள் தங்களை ஏமாந்தவர்களாக உணர்வதில்லை. எதிர்ப்படும் ஒரு குழந்தையின் புன்னகை போதும், அவர்கள் தங்களை நிறைத்துக் கொள்வார்கள்.

அப்படி ஒரு குழந்தையும் அதன் மொழியும் குறிஞ்சி பிரபாவின் கவிதைக்குள் காண முடிகிறது. அன்பு, நிறுவனமயமாகிவிட்ட உலகில் வறுமையும் வன்முறையும் சிதைத்த மனிதத்தை குழந்தையின் மொழியில்தான் மீண்டும் கட்டமைக்க முடியும்.

> "புத்தரைப் போலச்
> சிரிக்க முயன்றேன்
> புத்தர்தான் சிரித்துக் கொண்டிருந்தார்
> என்னைப் பார்த்து இப்போதும்"

என்று கல்யாண்ஜி எழுதியிருப்பார். அது புத்தரை நாம் பார்க்கும் பார்வை.

குறிஞ்சி பிரபாவின் கவிதைக்குள் வருகிற அமித்ரா குட்டி புத்தனை மீண்டும் சிரிக்க வைக்கிறது. அது புத்தரைத் துளைத்துக் கிளைவிடும் குழந்தையின் பார்வை.

"கழுத்து உடைந்து
தலை தொங்கிக் கிடந்தது
புத்தர் பொம்மை
தொங்கிய தலையகற்றி
உடற்பாகத்துள்
மண் நிரப்பி
கழுத்தில் ஒரு
பூச்செடியை நட்டு வைத்தாள்
அமித்ரா குட்டி
அவள் ஊற்றிய தண்ணீரில்
குளிர்ந்து போன புத்தன்
இப்போது
புன்னகைக்கிறான்
பல இதழ்களால்"

வேட்டை நாய்களின் பாய்ச்சல் நிலத்தில் மண்ணை உழுது உழுது உள்ளுக்குள் ஊர்ந்து செல்லும் ஓர் எளிய மண்புழுவின் வரிகளால் நிறைந்த கவிதை இது. மண்ணின் மறுசேகரம்.

நகரத்தின் தெருக்கள் மழையைக்கூட உள்வாங்க முடியாத இறுக்கத்தில் இருக்கின்றன. செயற்கையாகப் பெருகும் கோழிகளைப் போல இங்கே மனிதர்கள் வந்து பெருகுகிறார்கள். பணிக்காலம் முடிந்த பிறகு அடிமாடுகளைப் போல ஊர்களுக்குத் திரும்புகிறார்கள்.

"எப்படி வாழ்ந்தாலும்
எங்கே வாழ்ந்தாலும்
சாவும் போது
ஊருக்குப் போயிடணும்டா சாமி"

என்கிற வரிகள் தாயை இழந்த கன்றின் கதறலாக காற்றை அறுக்கிறது.

என்ன வாழ்க்கை இது. இங்கே தேவகுமாரன் தன்னைத்தானே சிலுவையில் அறைந்து கொள்கிறான். தங்களை எங்கே தொலைத்தோம் எனத் தெரியாமல் எல்லா இடங்களிலும் தேடியலைகிறார்கள் மனிதர்கள். "உனக்கு நான் யார்? எனக்கு நீ யார்?" என்று கேட்டபடி தாம்பத்யம் நடத்துகிறார்கள் ஆண்களும் பெண்களும். இந்த முரண்பாடுகளின் சொற்சித்திரங்கள்தான் குறிஞ்சி பிரபாவின் கவிதைகள்.

அன்பற்ற உலகின் துயரமிகுந்த சொற்களால் கட்டப்பட்டது குறிஞ்சி பிரபாவின் கவிதைகள். ஆனால் இந்தக் கவிதைகளில் நம்பிக்கையின் அடி ஈரம் காயாமல் இருப்பதுதான் அழகு. அது தாகத்தோடு பிளாஸ்டிக் பைகளில் அடைக்கப்பட்ட தண்ணீரைக் குடித்துவிட்டுத் திரும்பிப் பார்க்கிற அவனது கிராமத்தின் வேர்கள் தக்க வைத்திருக்கிற தாய் மண்ணின் ஈரம்.

குறிஞ்சி பிரபா ஒரு அசலான கவிஞன். அவனது நெகிழ்வான ஒரு கவிதைத் தருணம் இது.

வாழ்த்துரை

கவிதை நிகழும் தருணங்கள்

கவிதை எழுதுவதும் தேடித்தேடி வாசிப்பதும் ஒரு காலத்தின் பழக்கமாக நின்று போய்விட்டதோ எனத் தோன்றுகிறது. இன்றைய கல்லூரி மாணவர்களோ அவர்களையொத்த வயதினரோ, கவிதை படிக்கிற பழக்கத்தைக் கொண்டிருந்தால் வியப்பானதாகப் பார்க்க வேண்டியிருக்கிறது. எந்நேரமும் பாட்டு கேட்கிறார்கள். சினிமா கதைகளைப் பற்றி பேசுகிறார்கள். ஆனால் கவிதை நூலை அல்லது கதைகளைத் தேடிப் படிப்பது மட்டும் இல்லாமலாகிவிட்டது. நுகர்வுக் கலாச்சாரத்தில் வாசிப்பின் இடம் மிகவும் சுருங்கி விட்டது. அதற்கான அவசியத்தை உணர்ந்துகொள்ளப் படாமலேயே காலம் கடந்து கொண்டிருக்கிறது. வகுப்பறைகளில், மேடைகளில், ஊடகங் களில் கவிதைகளை மேற்கோள் காட்டுவதும் புதியதாக வெளியிடுவதும் அருகிப் போன காலம் இது. வானொலிகளில் திரைப்பாடல் ஒலி பரப்பப்படுவதற்கு முன்னால் சொல்லப்படுகிற காதல் துணுக்குகளாக கவிதையை வைத்துக்கொண்டிருக்கிற காலத்தில் வாழ வேண்டி யிருக்கிறது.

கவிதையை எழுதுவதோ, வாசிப்பதோ சமூகத்தின் மீதான அக்கறையின் ஒரு வடிவம். தனக்கான உலகத்தின் வழியாக அடுத்த வரை அடைகிற நிழல் பாதை அது. பிறர் மீதான கரிசனத்தின் சொல் வடிவம் கவிதையாக செய்யப்படுகிறது. வாசிக்கிறபோதும் எழுதுகிறபோதும் அன்பு பெருக்கெடுக்கும் மனப்பொழுதை அடைந்து விடுகிறான் கவிஞன். சமூகம் சீராக இயங்குவதன் அறிகுறியாக வாசிப்பதைக் கணக்கில் எடுத்துக் கொள்ளலாம். நான்/காரணங்களற்று/ புகழப்படுகிறேன் எனத் தொடங்கும் அக்கவிதை நான் காரணங் களற்றே / வாழ்ந்துகொண்டிருக்கிறேன் என நம்மிடம் உரையாடி விட்டு முடிகிறது. வாழ்வின் அபத்தங்களை அதன் அத்தனை கசப்போடும் இக்கவிதை ஆக்கப்பட்டிருக்கிறது. மிகத் துல்லியமான வார்த்தைகளில் செய்யப்பட்ட கவிதை இது. ஒவ்வொருவருக்குள்ளும் இருக்கிற முரணை "நீங்கள்" என்கிற கவிதை நகையாடுகிறது. பொது இடங்களின் வேறுபாட்டை இக்கவிதை பேசுகிறது. பாவனைகளே வாழ்வாகிப் போனதை இக்கவிதை சரியான உதாரணத்தோடு

நம்மிடம் வாதிடுகிறது. வெகுமானம், அடுக்ககம், நகரம், அமித்ரா குட்டியின் புத்தர் என பல கவிதைகள் நம்மிடம் பேசுகிற அதனின் குரல் விநோதமானது. நண்பனிடம் விவாதிக்கிற குரலைப் பல கவிதைகளிடம் கேட்க முடிகிறது. நட்பிடம்தான் பல விஷயங்களைப் பேச முடிகிறது. அவ்வகையில் பேச நேர்கிறபோது நண்பர்களிடத்திலான மொழியும் முக்கிய பங்கு வகிக்கிறது. அந்த மொழி குறிஞ்சி பிரபாவிற்கு வாய்த்திருக்கிறது.

வாழ்வு தந்த இன்பம், துயரம், அவமானம், பெருமிதம், லட்சியம், ஏமாற்றம், சபதம், புலம்பல் என பல பொழுதுகளைக் கவிதைகளாகச் செய்திருக்கிறார். எல்லாவற்றிலும் துயரம் பனியாய் படர்ந்திருப்பதை பயணப்படுகையில் நாம் உணரலாம். ஏமாற்றமின்றி வாழ்வில் ஏதுமில்லை என்பதைப் பல அனுபவங்கள் நமக்குக் காட்டுகின்றன. வாழ்வின் மிச்சத்தை எதிலும் காண முடியவில்லை. இருந்துவிட்டுப் போவதன்றி எதுவும் நிகழவில்லை என்பதை இத்தொகுப்பு வாசிக்கும்போது மேலும் உறுதியாகிறது.

எஸ்.ஆர்.எம். கல்லூரியில் இவர் படிக்கும்போது நானறிவேன். இருபத்தோராம் நூற்றாண்டில் மாணவர்களிடத்தில் கிடைக்கப் பெறாத தெளிவும் அமைதியும் இவரிடத்தில் இருப்பதைக் காண வாய்த்தது. அது கவிதைச் செயல்பாடாக முடிந்திருப்பது மிகுந்த மகிழ்ச்சியளிக்கிறது. கவிதைமொழி கை வந்திருக்கிறது. இன்னும் வாழ்வின் அத்தனை அனுபவங்களையும் இவர் மீட்ட வேண்டும் என்பது எல்லோரின் ஆசை போன்றே எனது அவாவும். நிறைய எழுத வாழ்த்துக்கள்.

சென்னை
08.01.2013

வாழ்த்துக்களுடன்
இரா. பச்சியப்பன்

வாழ்த்துரை

குறிஞ்சி பிரபா மூன்றாண்டுகளுக்கு முன்பாக உதவி இயக்குநராக ஆகும் ஆர்வத்துடன் என்னை சந்தித்தார். வழக்கமான சினிமா ஆர்வம் கொண்ட சராசரி இளைஞன் என்று எண்ணியே முதலில் பேசினேன். பேசும்போதுதான் தெரிந்தது, அவனுக்குள் இருந்த தீவிர இலக்கிய ஆர்வமும் உலக சினிமா குறித்த முனைப்பும். எனது வாழ்க்கைப் பயணத்தில் என் இதயம் தொட்ட மிக முக்கியமான மனிதர்களுள் இவனும் ஒருவன். எனது *பென்சில்* திரைப்படத்தில் உணர்வுப்பூர்வமான ஒரு காட்சிக்கு உயிரோட்டமான கவிதை தேவைப்பட்டது. கேட்டவுடன் நொடியில் எழுதிக் கொடுத்து என்னை வியக்க வைத்தான். என்னுடைய சீடன் இப்படி கவிஞனாக வும், பாடலாசிரியராகவும் வளர்ந்து வருகிறான் என்பது மனதிற்கு மிகவும் மகிழ்ச்சியாக இருக்கிறது. தமிழுக்கு அவன் இன்னும் நிறைய படைப்புகளைத் தரவேண்டும் என தாயன்புடன் வாழ்த்து கிறேன்.

வாழ்த்துக்களுடன்,

சென்னை

இயக்குநர் மணி நாகராஜ்

வாழ்த்துரை

தெகிடி திரைப்படத்தில் ஒரு வித்தியாசமான பாடலை உருவாக்கும் முயற்சியில் நானும் இசையமைப்பாளர் நிவாஸ் பிரசன்னாவும் ஈடுபட்டுக்கொண்டிருந்த சமயத்தில் நிவாஸ் மூலம் குறிஞ்சி பிரபா ஒரு பாடலாசிரியராய் எனக்குப் பரிச்சயம். வந்து விழும் வார்த்தைகளிலிருந்து ஒரு கவிஞனின் எண்ண ஓட்டத்தை கணித்துவிடலாம். அந்த வகையில் 'நீயும் தினம்' என்ற பாடலில் எழுச்சி தாகத்தை நவீனப் புனைவுகளோடு அழகான வார்த்தை களால் அடுக்கித் தந்திருந்தார். Abstract patternல் Psychological Treatment இருக்கும்படியான பாடலாய் அது அமைந்தது. 'ஆசை உனை தீண்டிடும் ஒரு பாம்படா. அதை நாம் புரியாமல் வாழ் கிறோமடா மானுடா.' எனது இயல்பு வாழ்க்கையில் பல தருணங்களில் என்னுள் எட்டிப் பார்த்து நான் ரசித்த வார்த்தை கள் இவை. என் பார்வையில் திறமை என்பது ஒருவரை வெளிப் படுத்துவதோடு நின்றுவிடுவதில்லை. குறிஞ்சி பிரபாவின் துறை சார்ந்த அர்ப்பணிப்பு அவரது குணாதிசயங்களில் என்னைக் கவர்ந்த ஒன்று. Passion towards the field இருக்கும் எவரும் பல முகங்களை வெளிப்படுத்துவதில் ஆச்சரியமில்லை. அப்படி குறிஞ்சி பிரபாவின் அத்தனை முகங்களும் உச்சம் பெற, வண்ணக் கனவுகள் வசப்பட வாஞ்சையுடன் வாழ்த்துகிறேன்.

வாழ்த்துக்களுடன்
இயக்குநர் ரமேஷ் பழனி

காவியக் கவிஞர் திரு.வாலி
கவிஞர் திரு. சாமி பழனியப்பன்
தாத்தா திரு.ப.தியாகராஜன்
ஆகியோரின் கவிதை நினைவுகளுக்கு

1.	நிழற் கவிதை	15
2.	பிரமிள்	16
3.	இரட்சிப்பு	17
4.	எச்சம்	18
5.	பிரைவேட் லிமிடெட்	19
6.	இயந்திரா 1	22
7.	இயந்திரா 2	23
8.	சுயம்	24
9.	தடுமாற்றம்	25
10.	அம்மாவின் காற்று	26
11.	மீறல்	27
12.	பிறவா மரம்	28
13.	கிருஷ்ண ஜெயந்தி	29
14.	பொம்மை	30
15.	நீங்கள்	31
16.	முதற் காதல்	32
17.	முத்தமரம்	34
18.	நினைவின் திரவியம்	35
19.	கரும்பலகை	36
20.	வேறு யாருமல்ல	37
21.	நான்	38
22.	உள் வலி	39
23.	ஈரமொழி	40
24.	புனித முத்தம்	41
25.	வெகுமானம்	42
26.	பயன்படுத்து தூக்கியெறி	43
27.	சூர்	44
28.	சில பொய்கள்	45
29.	நினைவுத்துகள்	46
30.	உயிர்ப்புள்ளி	47
31.	சிலுவை	48
32.	அடுக்ககம்	49
33.	நகரம்	51
34.	வடிவம்	53
35.	குளத்தில்	54
36.	அமித்ரா குட்டியின் புத்தர்	55

37.	மரியாதை	56
38.	என் மரணத்திற்குப் பிறகான என் வீடு	57
39.	விமோசனம்	59
40.	கடைசி சொல்	60
41.	நான்கு கண்களின் ஒரு புள்ளியில்	62
42.	சிலுவை	63
43.	அவளின் வாசம்	64
44.	நீ கடல் பார்க்க வரும்போது	65
45.	பறவை சொன்ன ரகசியம்	66
46.	கடவுளின் துகள்எதிர்ப்பு	67
47.	எதிர்ப்பு	68
48.	பரிசு	69
49.	ஏசு ஆவது கடினம்	70
50.	2014இன் கடைசிக் கவிதை	71
51.	உயிர்த்துளி	72
52.	உனக்காக காத்திருக்கும்போது	73
53.	அதற்குப் பின்பாக	75
54.	புத்தனில் மூழ்க மூழ்க	76
55.	திசை மாறிய கப்பலின் காகிதம்	78
56.	சுழற்றிய சந்திப்பு	79

நிழற்கவிதை

என் சாளரத்தின்
கம்பிகளின்
இடையேயுள்ள
வெளிகளின் வழி
பொங்கி வழியும்
மஞ்சள் வெயிலில்

எழுதிக்கொண்டிருக்கிறேன்
ஒரு கவிதையை

என் விரல் பிடித்த
எழுதுகோலின்
நிழலும்
என் காகிதத்தில்
அசைந்து
அசைந்து
எழுதிக்கொண்டிருக்கிறது
என் கவிதையை விடவும்
அழகாய்

ஒரு கவிதையை

பிரமிள்

பேரனோடு விளையாடிக் கொண்டிருந்த
தாத்தாவை
பூங்காவின் இருக்கையில் அமர்ந்து
பார்த்துக் கொண்டிருந்தேன்

அப்போது வீசிய மென்காற்றில்
எங்கிருந்தோ ஒரு பறவையின்
இறகு ஒன்று
என் காலில் வந்து உரசியது

எடுத்துப் பார்த்தேன்
சிறகின் ஒவ்வொரு இழையும்
அசையத் தொடங்கியது

அதில்
கவிதை சொல்லிக் கொண்டிருந்தார்
பிரமிள்
எனக்கு மட்டும் கேட்கும்படி

இரட்சிப்பு

பூமியில் உள்ள பாவிகளைத்
தன் இரத்தத்தால் கழுவும்
தேவகுமாரன்
மீண்டும் ஒருமுறை
என் அறையின் சிலுவையிலிருந்து
உயிர்த்தெழுந்தான்

ஒவ்வொருவரையும்
கழுவத் தொடங்கிய அவன்
இதற்கு மேல்
தன்னிடம் இரத்தமில்லையென
தோற்றுப் போனான்

எங்கே போகிறீர் தேவகுமாரனே

நான் கேட்பதற்குள்
என் கண்முன்னால்
தன்னைத் தானே மீண்டும்
அறைந்துகொண்டான்
சிலுவையில்

எச்சம்

எந்த மரமோ
உதிர்த்துப் போட்ட பழமொன்றைத்
தன் அலகில் ஏந்தி
பசியாறிக் கொண்டிருக்கிறது
ஒரு பறவை

நானும் நிர்பந்தங்களின்
விலங்குகளை உடைத்துக் கொண்டு
விடுதலையாகிப் பறந்துவிடக் கூடாதாவென
ஏங்குகிறது மனம்

அவ்வித அமானுஷ்யங்கள் நடந்துவிட
சாத்தியமற்ற உலகில்
வாழ்ந்து கொண்டிருக்கும்
எனக்காக

அதுவரை
அமர்ந்துண்ட என்
சாளரத்தின் விளம்பில்
தனது எச்சத்தினைப் பரிசளித்துச்
சுதந்திரமாகப் பறந்தது அது

பிரைவேட் லிமிடெட்

கணபதியும்
பசுபதியும்
ஒரு தட்டில் சோறு தின்னும்
பங்காளிகள்

துவரஞ்செடியோ கடலைக் கொடியோ
வயக்காட்டு வேலையின்னா
ஒண்ணாதான்
போவானுவ வருவானுவ

இவன் பெரியம்மா வூட்டுலிருந்தோ
அவன் சின்னம்மா வூட்டுலிருந்தோ
ஒரு நாவிட்டு ஒரு நா
தவறாம வந்துடும்
மத்தியான கஞ்சி

பச்சமொளகாயும்
சின்ன வெங்காயமும்
தொட்டுக்கிட்டுப்
பசியார்த்திப்பானுவ

ஒண்ணா திரிஞ்ச பங்காளிகளை
"ஒருவூட்லயே கட்டிக்கிடாதீங்கடானு"
கண்ணு வப்பா
கண்ணாத்தா கெழவி

அவ கண்ணு பட்டுச்சோ
ஊர்கண்ணு பட்டுச்சோ

பெரிய தாத்தா
நெஞ்சுவலியில
நொடிஞ்சி போனப்ப
ஆரம்பிச்சிடுச்சு
கழனி பிரிக்கும் பஞ்சாயத்து

பசுபதி அப்பனுக்கும்
கணபதி அப்பனுக்கும்
வாக்கு முட்டிக்கிடுச்சு

ஒருத்தன் பொறப்ப ஒருத்தன்
தப்பாப் பேச
ஊர் கூடிப் பிரிச்சிருச்சி
ரெண்டு குடும்பத்தையும்

கழனி மொத்தமும்
கத்தி உழுந்த கரும்பா
ரெண்டு துண்டா
போயிருச்சு

அன்னிக்குப் பிரிஞ்சவனுவதான்
மறந்துகூட
ஒருத்தன் முகத்த ஒருத்தன்
பார்த்துக்கிறது இல்ல

இவன் வூட்டு நாயப் பார்த்தா
அவன் வூட்டு நாயிகூட
பகையாத்தான் கொலைக்கும்

இவன் புள்ளையும்
அவன் புள்ளையும்
ஒண்ணாக்கூட
வெளையாண்டதில்ல

ஒரு நா சோறாக்கப்போன
கணபதி பொண்டாட்டி
சேலையில தீப்பிடிச்சுக் கதறி அழுவ
அய்யய்யோ அண்ணின்னு
கோணியக் கொண்டு போத்தி
பசுபதிதான் காப்பாத்திச்சுன்னு

ஊரு திரும்புன
கணபதிகிட்ட ஊரே
கூடிச்சொல்ல

இப்ப
ஒரே சைக்கிள்ல தான்
பள்ளிக்கூடம் போறானுவ
இவன் புள்ளயும்
அவன் புள்ளயும்

அப்பல்லாம் அப்படித்தான்
ஊர் ஊரா இருந்திச்சு
பகையிருந்தாலும்
அடிமனசுல
பாசம் இருந்துச்சு

இப்ப
ஒவ்வொரு குடும்பமும்
மாறிப்போச்சு
பிரைவேட் லிமிடெட்டா

இயந்திரா 1

அதிகாலையிலேயே
அலாரம் வைத்தெழுந்து
அலுவலகம் செல்லும் உனக்கும்
பள்ளி செல்லும் பிள்ளைக்கும்
உணவு தயாரித்து

குளித்தபின்
துவட்டிக் கொள்ளவும் நேரமற்று
தொடர்வண்டிச் சாளரத்தின்
மென்காற்றில் தலையுலர்த்தி

அலுவலகக் காமக்கண்களையும்
கடந்து
கோப்புகளில் மூழ்கி
மேலதிகாரியிடம் திட்டு வாங்கி
பேருந்து நெரிசலில்
புட்டம் தடவும்
நாய்களை மனதிற்குள் முனகி
அலுப்புடன் வீடடைந்து
மீண்டும் சமைத்து
உங்கள் பசியாற்றிக்
களைப்புடன் உறங்கப் போகுமென்னைக்
கட்டியணைத்து
புணரத் தொடங்குவதைத்
தவிர்க்க முடியாமல்

மல்லாந்து கிடந்த என்னை
ஒரு கேள்வியும் கேட்காமல்
உன் முறை முடிந்ததும்
புரண்டு படுக்கும்

உனக்கு நான் யார்?
எனக்கு நீ யார்?

இயந்திரா 2

ஒவ்வொரு அதிகாலையிலும்
உன்னை எழுப்பும்
அலாரமாய்
முப்பொழுதும் பசியாற்றும்
உன் சோற்றுப்பானையாய்
உன் ஆடைகளின் அழுக்ககற்றித்
துவைக்கும் எந்திரமாய்
உன் இரவின்
எல்லா விருப்பங்களுக்கும்
வளைந்து கொடுக்கும் கட்டிலாய்?

உன் உலோக இயந்திரங்களின்
உலகத்தில்
ஓர் உடலியந்திரமாய்த்தான்
இருக்கிறேன் உன்னோடு?

எப்போதாகிலும்
நீ உணர்ந்ததுண்டா சொல்
என் மாதவிடாய்
வலி குறித்து

சுயம்

நேற்று தேடிக்கொண்டிருந்தேன்
முன்தினம் தொலைந்து போன என்னை

கண் விழித்த காலையிலிருந்தே
தேடத் தொடங்கினேன்

எங்கெங்கு காணினும்
கிடைக்கவேயில்லை நான்

என் தேடுதலுக்குப் பின்பான
முற்றிய சலிப்பில் தூங்கப் போய்விட்டேன்

இன்றும் எழுந்தது முதல்
தேடிக்கொண்டிருக்கிறேன்
நேற்று என்னைத் தொலைத்த இடங்களான
நான் படித்த பள்ளி
அதிகம் விரும்பிய நூலகம்
அரசியல் சம்பாஷிக்கும் முடிதிருத்தகம்
தேநீர் கடை
கவிதை எழுதச் சென்றமரும் பூங்கா என
நான் அதிகம் அலையும்
அத்தனை இடங்களிலும் தேடிவிட்டேன்
இன்னும் கிடைக்கவில்லை
நான்

முன்தினமோ
நேற்றோ
இன்றோ
என்னைத் தேடியலையும் என்னை,
எல்லோரும்
கண்டு புன்னகைக்கிறார்கள்
வணக்கம் சொல்கிறார்கள்

என்னால்தான்
கண்டுபிடிக்க முடியவில்லை
என்னை

தடுமாற்றம்

தினமும் குளித்து
உடல் துவட்டலுக்குப் பின்
ஒற்றைக் காலில் நின்று
உள்ளாடைக்குள் கால் நுழைக்கையில்
உண்டாகும்
தடுமாற்றத்தைப் போலதான்
நம் உறவில்
நட்பில்
காதலில்
கடிதத்தில்
கவிதையில்
என எப்போதும்
நாம் நமது
தடுமாற்றங்களின்
கைகளைப் பிடித்தவாறே
நடந்து கொண்டிருக்கிறோம்

அம்மாவின் காற்று

அலைந்து திரிந்த
பறவை ஒன்று
இளைப்பாறிக் கொள்ள
கிளை அமர்கையில்
மரத்தின் இலைகள்
சிலிர்த்தசையத் தொடங்குகின்றன

அப்போது எழுந்த காற்று
அப் பறவையின் சிறகுகளை
மெல்ல மெல்லக்
கோதி விடுகின்றன
ஓர் அம்மாவின் தாலாட்டோடு

மீறல்

ஆறுகளுக்கெல்லாம்
பெண்களின்
பெயர்கள்

ஆறுகள் போல்தான்
பெண்களும்

ஆக்கிரமிப்புகளுக்கு
ஆட்பட்டு
அத்து மீறுவதும்
சுரண்டப்படுவதுமாக

பிறவா மரம்

பட்டுப் போகாத மரமொன்று
தன் பச்சையத்தை இழக்காமல்
இலைகளை உதிர்க்காமல்
காற்றைக் குடிக்காமல்
வெயிலை விழுங்காமல்
அசைவின்றி
என் கவிதைக்காகிதங்கள்
மின் விசிறியின் காற்றில்
பறந்து போகாமல்
பாதுகாத்துக் கொண்டிருக்கிறது
ஒரு கண்ணாடிப் பந்துக்குள்
மிக பத்திரமாய்
என் மேஜையின் மீது

கிருஷ்ண ஜெயந்தி

தான் ஆசையாய்ப் போட்ட
கிருஷ்ணனின்
பாதக் கோலத்தைக் காட்டி
அவன் வந்து போனதாக
சாட்சி சொல்கிறாள்
ஜெயந்தி அக்கா

எங்களுக்கான கண்ணன்
வந்துவிட்டான்
அவள் விரல் வழி

அவளுக்கான கண்ணன்
எப்போது வருவான்

இன்னும் இரண்டு நாளில்
அவள் கடக்கப் போகிறாள்
செவ்வாய் தோஷத்துடனான
தன் முப்பதாவது பிறந்த நாளை

பொம்மை

இந்தா
இதுதான் உன் வாழ்க்கையென
உடைந்து சிதறிய
பொம்மை ஒன்றைக்
கடவுள் எனக்குப்
பரிசளித்தான்

உடைந்துபோன அதன்
உறுப்புகளை
ஒவ்வொரு பாகமாக
மிக நேர்த்தியுடன்
ஒட்டத் தொடங்குகிறேன்

நான்
ஒட்ட ஒட்ட
உடைத்துக் கொண்டே இருக்கிறது
காலம்

நீங்கள்

நீலப்படம் பார்ப்பதைக்
கூட்டாகக் கூடிக்
குற்றமென்று திட்டுகிறீர்கள்

ஒரு பெண்ணை நெருங்கி
அவள் அழகைப்
பேச முனைகையில்
போலீசில் பிடித்துக் கொடுப்பதாய்
மிரட்டுகிறீர்கள்

குடித்துவிட்டுத்
தெருவில் கிடப்பவனை
வாய்க்கு வந்தவாறு
பேசுகிறீர்கள்

பின் வீடடைந்து
ஒவ்வொருவரும்
தனியறையில்
நீலப்படம் பார்த்துக் கொண்டே-
இரண்டாவது ரவுண்டிற்குப் பின்
புணர்ச்சிக்குள்ளாகும்
ஒரு பெண்ணின்
புட்டத்தை ரசிக்கத் தொடங்கிவிடுகிறீர்கள்

முதல் காதல்

உன்னைக்
கவிதையாய் எழுதி
உன்னிடம்
முத்தம் வாங்கிய
கதையெல்லாம்

தினமும் என்
தலைகோதி முத்தமிடும்
என் மனைவிக்குத் தெரியாது

உனக்கான சுடிதாரை
பதினோராவது கடையில்
தேர்ந்தெடுத்துன்னைத்
திக்குமுக்காடச் செய்ததெல்லாம்

முதல் கடையிலேயே
என்னிடம்
புடவை பெற்றுக்கொண்ட
என் மனைவிக்குத் தெரியாது

பிறக்கப் போகும் பிள்ளைக்கு
என்ன பெயர் வைப்பதென்று
நீயும் நானும் தயாரித்த
ஆயிரம் பக்க ஏட்டின் கணம்

உன்பெயர் சொல்லி
பிள்ளையை அழைக்கும் என்
மனைவிக்குத் தெரியாது

அவளுக்கும்
வாய்த்திருக்கலாம்
ஒரு முத்தம்
ஒரு சுடிதார்
ஆயிரம் பக்கங்கள் கொண்ட
குழந்தையின் பெயரோடு
இன்னும் சில...

முத்த மரம்

நகர்ந்து கொண்டிருக்கும்
முழுநிலவு
அரச மரத்தின்
இலைகளிலும்
கிளைகளிலும்
ஒளிவீசிய பின்னிரவில்
நம் சந்திப்பில்
ஒடுங்கிக் கொண்டிருந்தது
இரவு

உன் இடை பற்றும்போது
வீசிய தென்றலில்
கிளைமாறிய பறவையின் சிறகில்
பட்டுத் தெறித்த வெண்கதிர்கள்
உன் முகத்தில் எதிரொலித்தன

உன்னை
முத்தமிட நெருங்குகையில்
வேகமெடுக்கத் தொடங்கிய காற்று
நம் மீது உதிர்த்தது
சில போதியிலைகளை

நம் முத்தங்களைக் கண்ட
போதிமரம்
மனசுக்குள் சிரித்துக்கொண்டது
புத்தனை நினைத்து

நினைவின் திரவியம்

காதலின் நினைவாய்
எனக்கொரு
பூச்செடியைப் பரிசளித்தாய்

உன் கனவுகளின்
நினைவுகளுடனே அதற்கு
நீர் பாய்ச்சினேன் தினமும்

பூக்கத் தொடங்கிய செடியின்
அதிசயம் என்னவெனில்
ஒவ்வொரு பூவும்
ஒவ்வொரு வண்ணத்தில்

உன் விரல்பட்டதில்
நிகழ்ந்திருக்கலாம்
அப்படியானதோர் அதிசயம்

ஒவ்வொரு பூவாக
முகர்கிறேன்
உன் மேனியின்
ஒவ்வொரு பாகத்தின்
வெவ்வேறு வாசனை

உறக்கமற்ற பின்னிரவில்
யாரும் அறியாமல்
ஒவ்வொரு பூவாய்
முத்தமிடத் தொடங்கினேன்

இப்போது
ஆழ்ந்த உறக்கத்தில் இருக்கும் நீ
புரண்டு கொண்டிருக்கலாம்

கரும்பலகை

கரும்பலகையை சுத்தப்படுத்த
காலடியில்
உதிர்கின்றன
சாக்பீஸ் துகள்கள்

எந்தத் துகளில்
எந்த எழுத்தோ

வேறு யாருமல்ல

மின்னிணைப்பு துண்டிக்கப்பட்ட
மழையிரவின் மெழுகொளியில்
உலகத்தில்
அவமானப்படுத்தப்பட்டவர்களின்
மிகப்பெரிய
பட்டியலைத் தயாரித்திருக்கிறேன்
அதில் முதலிடம் பிடித்தது
வேறு யாருமல்ல
நான்தான்

இரண்டாவது யாரென்று
யோசிக்கிறாயா
குழம்பிவிடாதே
இதைப் படித்துக்கொண்டிருக்கும்
நீயேதான்

இந்த உலகத்தில்
நம்மைவிட அதிகம்
அவமானப்படுத்தப்பட்டவர்கள்
வேறு யார் இருக்க முடியும்

நான்

*நான்
காரணங்களற்று
புகழப்படுகிறேன்*

*நான்
காரணங்களற்று
இகழப்படுகிறேன்*

*நான்
காரணங்களற்று
அரவணைக்கப்படுகிறேன்*

*நான்
காரணங்களற்று
புறக்கணிக்கப்படுகிறேன்*

*நான்
காரணங்களற்றே
வாழ்ந்துகொண்டிருக்கிறேன்*

உள் வலி

முன்பு
முடவன் என்றார்கள்
பின்
ஊனமுற்றவன் என்றார்கள்
இப்போது
மாற்றுத்திறனாளி
என்கிறார்கள்
என்ன சொல்லி
அழைத்தாலென்ன
என்னால்
கடந்து போக முடியவில்லை
ஊனத்தின் வலியை

ஈரமொழி

வீடடைய
விடைபெறுகையில்
இழுத்தணைத்து
இதழ் பதித்து
பேச முடியாத
வார்த்தையெல்லாம்
உள்ளனுப்புகிறாய்

உட்புகுந்த உன் மௌனம்
அடுத்த சந்திப்பின்
முன் நொடிவரை
பேசிக்கொண்டிருக்கும்
எனக்குள்

புனித முத்தம்

மேகம் உன்னை
முத்தமிட விரும்பிப் பொழிகிறது
துளித் துளியாய்
அங்குலம் அங்குலமாய்

உன்னை முத்தமிட முடியாத துளிகள்
பாதங்களையாவது
கழுவ முடியாதாவென
அத்தேநீரகக் கூரையில்
அழுது வடிகிறது

கண்ணீரின் முத்தங்களாக

வெகுமானம்

என் வாழ்வின்
மிச்சத்தை
எழுதிக்கொண்டிருக்கிறேன்
ஒரு கையால்

மறுகையால்
உங்கள் எச்சங்களைத்
துடைத்துக் கொண்டே

ஆகவே
தோழர்களே
என்னை இன்னும்
முன்னை விட
அதிகமாக
அவமானப்படுத்துங்கள்
ஆழமாக துவேஷியுங்கள்

எழுத வேண்டியது
ஏராளமிருக்கிறது

பயன்படுத்து தூக்கியெறி

உலகெங்கும்
கொடிகட்டிப் பறக்கிறது
"ஞெகிழி" கலாச்சாரம்

மனிதர்களும்
பழக்கப்பட்டுவிட்டார்கள்
பயன்படுத்திய பின்
தூக்கியெறிய-எல்லாவற்றையும்

பயன்படுத்தப்பட்டுத்
தூக்கியெறியப்பட்ட
"ஞெகிழித் தேநீர்க் கோப்பைதான்"
நானும்

இப்போது
தெருவோரம் நடுங்குகிறேன்
பேருந்து சென்ற
காற்றதிர்வில்

கூர்

என் காயங்களுக்கான
மருந்தினை
நானே தயாரித்துக் கொள்வேன்

உங்கள் வேலையெல்லாம்
என்னைக் காயப்படுத்துவதற்கான
ஆயுதங்களைக்
கூர் தீட்டுவதே
தீட்டுங்கள்
தீட்டுங்கள்
குத்துங்கள்
குத்துங்கள்

ஒரு நாளில்லையென்றாலும்
இன்னொரு நாள்
உங்கள் ஆயுதங்கள்
மொத்தமாக
மழுங்கிப் போகலாம்

எனக்கான
மருந்து என்றுமே
தீர்வதில்லை

அன்று வாருங்கள்
உங்கள் காயங்களுக்கும் சேர்த்து
நானே
மருந்திடுவேன்

சில பொய்கள்

சிறு வயதில்
திராட்சைகளைத் தின்னும்போது
எதேச்சையாய்
அதன்
விதைகளை விழுங்கிவிட்டதை
அம்மாவிடம் சொல்லப்போக
தின்ற விதை
மரமாக வளருமென்று
சொல்லிச் சிரித்தாள்

அதிலிருந்து
என்றாவது
வயிற்றுவலி வந்தால்
விதை முளைக்கத்
தொடங்கிவிட்டதோவென
பயம் துளிர்க்கும்

பின்னொரு நாளில்
நான் வளரத் தொடங்கியதும்
அம்மா சொன்னது
பொய்யெனப் புரிந்து போனது

ஆனாலும்
அன்றவள் விதைத்த
விதைதான்
எனக்குள்
கிளைவிடத் தொடங்கிவிட்டது
சிறுசிறு பொய்களாய்

நினைவுத்துகள்

எழுதிக்கொண்டிருக்கும்போதே
உடைந்து போகும்
சாக்பீஸ் துண்டாய்
உன்னை
நினைத்துக் கொண்டிருக்கும்போதே
உதிர வேண்டும்
என்
உயிர்

உயிர்ப்புள்ளி

உன் இதழ்களில் விதைக்க
எனக்குள்
தேக்கிய முத்தங்களை
உன் வாசலில் தெளிக்கிறேன்
கோலமிடும்
உன் விரல்களை
முத்தமிடட்டும்

இல்லையெனில்
உன் பாதங்களில் நசுங்கி
உயிர்விடட்டும்

சிலுவை

உங்கள் புறக்கணிப்பின்
சிலுவையை
அவ்வப்போது எனக்குப்
பரிசளிக்கிறீர்கள்

உங்கள் வார்த்தைகளில்
வார்த்தெடுக்கப்பட்ட ஆணிகளைப்
புன்னகையுடனே
அனுப்பி வைக்கிறீர்கள்

நீங்கள் பரிசளித்த
சிலுவையில் படுத்துக்கொண்டு
உங்கள் ஆணிகளால்
என்னை நானே
அறைந்து கொள்கிறேன்

என்னிலிருந்து வழியும்
துளிகளை
எழுதுகோலில் நிரப்பி
வலிகளற்று எழுதத் தொடங்குகிறேன்

உங்களுக்கான
வரவேற்புக் கவிதையை

அடுக்ககம்

அப்பா செத்துப்போனதற்காய்
எழுந்த ஒப்பாரி
எதிர்வீட்டில்
கேட்டிருக்குமோ

வேகமாகக் கதவடைத்து
கம்பியிடுக்கில் கைநீட்டி
சாளரத்தையும்
இழுத்துச் சாத்துகிறாள்
எதிர்வீட்டு மாமி

சொந்தங்கள்
ஒருவர் பின் ஒருவராய்
முகத்தில் துணி வைத்து
கண் கலங்குவதை
மிரட்சியுடன் பார்க்கிறாள்
பக்கத்து வீட்டுச்சிறுமி

அவளை விரட்டி
உள்ளனுப்பி
அவள் கையில்
வீடியோ கேமைத்
திணிக்கிறாள் ஒருத்தி

சாயங்காலத்திற்குள்
சடலத்தை அகற்றுமாறு
கண்டிஷன் போடுகிறார்
அப்பார்ட்மெண்ட் செக்ரட்ரி

மேல்தளத்தில்
குடியிருப்பவர்களோ
மலத்தைக் கடப்பதாய்
முகத்தைச் சுழித்து
தலைதிருப்பிச் செல்கிறார்கள்

முன்பெல்லாம்
ஊரில் இருக்கும்போது
பேசிக் கொள்வதுண்டு
கடைசி வரைக்கும்
இந்தக் கிராமத்திலேயே கிடந்து
செத்துவிடக் கூடாதென்று

இப்போது
முணு முணுக்கிறது
மனசு

எப்படி வாழ்ந்தாலும்
எங்கே வாழ்ந்தாலும்
சாவும்போது
ஊருக்குப் போயிடணுமடா சாமீ

நகரம்

வறுமை
என்னை இடம் பெயர்த்தது
இந் நகரத்தில்

வாகனங்களின் நெரிசலில்
பிதுங்கி வழிகிறது
மரணம் குறித்தான
பயம்

எப்பொழுதாவது
என்னைக் கடக்கும் பறவைகள்

பயணத்தின் போது
எதிர்ப்படும்
எதிரிருக்கை குழந்தை

இப்படி
எதையும் ரசிக்க முடியாதபடி
விரட்டுகிறது கூலி வாழ்வு
பிறந்ததிலிருந்து
தூக்கிவளர்த்த தாத்தா பாட்டி
என்னைத் திட்டியதற்காய்
தன் அப்பாவை அடிக்கப் போன
நண்பனின் பிரியம்

அத்தனையும்
அடிமனதை அழுத்தினாலும்
தினமும் என் பசியை ஆற்றுவது
அண்ணாச்சி கடையின்

ஆறிப்போன இட்லியும்
அதரப் புளிப்பான
கட்டுச்சோறும்தான்

"வயிறாற சாப்பிடு தம்பி"
அண்ணாச்சி புன்னகைத்தவாறு
இரண்டு இட்லியைச்
சேர்த்து வைத்தது
வியாபார யுக்தியாக இருந்தாலும்
அது
அன்பானதாக இருக்கிறது
இப்போது

வடிவம்

எல்லோரும்
முதன் முதலில்
எழுதிப் பார்ப்பது
அவரவர் தாய்மொழியின்
முதலெழுத்தைத்தான்

எனினும்
ஒருவர் எழுதுவது
போலில்லை
மற்றவர் எழுதுவது

சிலர்
சிறியதாக
சிலர்
பெரியதாக

சிலர்
வலச்சாய்வாக
சிலர்
இடச்சாய்வாக
சிலர்
கிறுக்கலாக

வார்த்தை
ஒன்றுதான்
வடிவங்கள்தாம்
மாறுபடுகின்றன
வடிவமற்ற
வடிவமும்
ஒரு வடிவம்தானே

குளத்தில்

குளித்துக்கொண்டிருந்தது
சூரியன்
குளம்
வற்றவுமில்லை
சூரியன்
நனையவுமில்லை

அதிர்வுகள் ஏதுமற்று
ஆற்றைக் கடந்து கொண்டிருக்கிறது

பறவையின்
நிழல்

அமித்ரா குட்டியின் புத்தர்

கழுத்து உடைந்து
தலை தொங்கிக்கிடந்தது
புத்தர் பொம்மை

தொங்கிய தலையகற்றி
உடற்பாகத்துள்
மண் நிரப்பி
கழுத்தில் ஒரு
பூச்செடியை நட்டு வைத்தாள்
அமித்ரா குட்டி

அவள் ஊற்றிய தண்ணீரில்
குளிர்ந்துபோன புத்தன்
இப்போது
புன்னகைக்கிறான்
பல இதழ்களால்

மரியாதை

நூறு நண்பர்கள்
மாலைகளோடு
ஒருபக்கம்
காத்துக் கிடக்கிறார்கள்

மற்றொரு பக்கமும்
அது போலவே
நூறு நண்பர்கள்

இப்பொழுது எனக்குள்
கேள்விகள்
இவர்களில்
யார் எனக்கு
முதல் மரியாதை
செய்யப் போகிறார்கள்

யார் எனக்கு
இறுதி மரியாதை
செய்யப்போகிறார்கள்

என் மரணத்திற்குப் பிறகான என் வீடு

என் மரணத்திற்குப் பிறகான
என் வீடு
எப்படி இருக்கும்

முப்பது நாள்
சம்பிரதாயங்கள்
முற்றாய் முடிந்த பிறகு
என் நினைவு எழுவதும்
பின் அழுவதும்
தாத்தா பாட்டிக்கு
மறந்து விடும்

முந்நூறு நாள் சுமந்த
அம்மாவுக்கும்
நினைவு தெரியும்வரை
சுமந்த அப்பாவுக்கும்
தொலைக்காட்சித் தொடரிலோ
தொடரும் கடன் தொல்லையிலோ
என் குறித்த சிந்தனை
சிதைந்திருக்கும்

வழக்கம் போல் தங்கச்சி
கல்லூரி செல்வாள்
மறக்காமல் தன் அலைபேசியை
அமைதி நிலைக்கு மாற்றி

தெருமுனை அரட்டையில்
சிலாகித்து இருப்பான் தம்பி
பேருந்து பெண்களைக்
கிண்டலடித்தபடி

நண்பர்கள்
அதிகமில்லாததால்
அரிதாய் இருப்பவர்களும்
தன் செல்லக் காதலியின்
சின்ன மயிர்க்கோதலில்
உலகத்தை மறப்பார்கள்

உறவுகளைச் சொல்லவே வேண்டாம்
வியர்வையைப் போல்
துடைத்துப் போடுவார்கள்
என் நினைவுகளை

பேஸ்புக் நண்பர்களோ பாவம்
நான் உயிருடன் இருப்பதாய்
தினமும் ஸ்டேட்டஸ் போட்டு
பதிலில்லாததால்
திட்டத் தொடங்கிவிடுவார்கள்

ஒரு தலையாகவோ
இரு தலையாகவோ
நான் காதலித்த சில பெண்களும்
புதுக்காதலனுடன்
புதிதாய் வெளிவந்த சினிமாவிற்குத்
தயாராகிக்கொண்டிருப்பார்கள்

இவை எதையும் மாற்றிவிடாத
என் மரணம்
யாருக்கும்
எதையும்
தரப்போவதில்லை
யாரிடத்திலும்
எதையும் பெறப்போவதும் இல்லை

என் இருத்தலுக்கான
அவசியம்தான் என்ன

விமோசனம்

எந்தத் தடயமும் இல்லாமல்
எந்த வலியும் இல்லாமல்
எவ்விதத்திலும் மாட்டிக் கொள்ளாமல்
எனக்குத் தரும் உணவில்
விஷம் வைத்தோ
உடலில் மின்சாரம் பாய்ச்சியோ

உள்ளுக்குள் மருந்தேற்றியோ
குரல்வளை நெரித்தோ
கூர்தீட்டப்பட்ட
கத்தியால் குத்தியோ
வேறேதேனும் நூதன முறையிலோ
யாரேனும் என்னைக்
கொன்றுவிடுங்கள்

முகமூடி
வெற்றுப்புன்னகை

வாழ்வை விட
இனிதாய் இருக்கும் போல
மரணம்

கடைசி சொல்

என்றேனும் ஒருநாள்
நான்
இறந்து போகலாம்

அன்று யாரும்
எனக்காக
அழுது தொலைக்க வேண்டாம்

அலுவலகப் பணிச்சுமையோ
குழந்தைகளின் பள்ளி நாளோ

விடுமுறையெல்லாம் தேவையில்லை
உங்கள் வேலைகளை
நீங்கள் பாருங்கள்

என் நெற்றியில்
நாணயத்தை ஒட்டவேண்டாம்
எங்காவது
நகரத்தின் தெருக்களில்
கையேந்தும் சிறுவர்களுக்குக்
கொடுத்துவிடுங்கள்

வெடிகள் எதையும்
வான் நோக்கி
செலுத்த வேண்டாம்
பறவைகள் பாவம்
மகிழ்வாய் பறக்கட்டும்

அதீத பூவேலைப்பாடுகளுடனோ
மித மிஞ்சிய செலவுகளுடனோ
இருக்க வேண்டாம்
என் இறுதி வாகனம்

நாள் முழுக்க என்னை
நடுவீட்டில் கிடத்தியோ
மாலை வரை
எவரும் உணவருந்தாமலோ
தயவு கூர்ந்து இருக்க வேண்டாம்

ஓர் அவசர ஊர்தியில்
எடுத்துச் செல்லுங்கள்
எரித்துத் தள்ளுங்கள்

என்வாழ்வின் விழுமியத்திலிருந்து
மிஞ்சும் ஒருபிடி சாம்பலை
இந்தக் கவிதை எழுதிய
காகிதத்தில் மடித்து
கடலில் மிதக்க விடுங்கள்
அது போதும்.

நான்கு கண்களின் ஒரு புள்ளியில்

அவ்வறை முழுக்க
சூல் கொண்ட நீலஒளியில்
வெண்ணிற இரவு உடையில்
குட்டி பொம்மையைக்
கட்டிக் கொண்டு தூங்குகிறாய்

அந்நேரம்
அரூபத்தின் பிரதியாய்
உன் கண்களுக்குள் வர
காத்துக் கொண்டிருந்தேன்

பின்னெப்படியோ
உன் கனவுக்குள் வந்துவிட்ட
என் பிரதியை
கைகளுக்குள் இறுகப் பற்றிக் கொண்டாய்

நான்கு கண்களின்
ஒரு புள்ளியில்
பரிமாறிக் கொண்டோம் நமக்கான
சுவாசக் காற்றை

சிலுவை

நீ
அறைந்துபோன
நினைவில்

தொங்குகிறேன்
சிலுவையாய்

அவளின் வாசம்

வலுக்கப் போகும்
மழைக்கு முன்பாக வரும்
வானவில்லாய்

நீ
வருவதற்கு முன்னமே
காற்றில் ஏற்றி அனுப்பிவிடுகிறாய்
உன் வாசத்தை

தூய காற்றின் வேதியல்
பிணைப்புகளுக்குள் எப்படிக்
கலந்ததெனத் தெரியவில்லை
தனித்துவமாவதுன் வாசம்

ஊசிவழி
உள் நுழையும் மெல்லிய நூலாய்

என்
நாசிவழி
உட்சென்ற அது
நரம்பில் கலந்து
நதியாகிறது

அந்நதியில் தான்
உனக்கான பாடலைப்
பாடியபடி ஒரு
இலையென மிதந்து கொண்டிருக்கிறது
என் உயிர்

நீ கடல் பார்க்க வரும்போது

கடற்கரையின் அலைகளில்
நுரைகளுக்குப் பதில்
தன் முத்துகளை உன் பாதங்களில்
தவழ விடுகின்றன கிளிஞ்சல்கள்

எங்கிருந்தோ உன்
விரல் நகங்களைக் கண்டு
தங்களுக்குள் போட்டியிடத் தொடங்கி விட்டன
கடற்குதிரைகள்
யார் முதலில் உன் கால்களைத் தொடுவதென

ஆழ்கடலின்
நிசப்த வெளியில் உலவும்
குஞ்சு மீன்களின் உடலுக்குள்
முட்களின் கிளைகளில்
பூக்க கருவாகி விட்டன
மல்லிகைகள்

இவ்வளவும் நிகழ்த்திய
உன் கடல் வருகையின்
கடைசியாய்

ஒன்றும் அறியாதவளாய்
திரும்பிப் பார்த்து கடலுக்கு நன்றி சொல்லும்
உன் கண்களைக் கண்ட கடல்
உன் பிரிவைத் தாங்காது

அலை அலையாய் எழுந்து
மண்ணில் மோதி மோதி
இறங்கிவிட்டது
தற்கொலை முயற்சியில்

பறவை சொன்ன ரகசியம்

என்
வலத்தோள் மீதமர்ந்து
கணநேரத்தில் பறந்து போனது அது

பறவைகளைக் கூட
நிமிர்ந்து இரசிக்காத
உங்கள் மனித வானத்தில்

இனி
நாங்கள் பறக்க
விரும்புவதாய் இல்லை என ......

கடவுளின் துகள்

கடற்கரையின்
மணற்பரப்பில்

கோவில் கட்டி விளையாடிய
பிள்ளைகள் ஏனோ
இறுதியில்

தாங்கள்
கட்டி எழுப்பிய கோவிலைத்
தாங்களே
உதைத்து உடைத்தெறிந்துவிட்டுப் போனார்கள்

குழந்தைகள்
எப்போதும் மிக எளிமையாய்
உடைத்துவிடுகிறார்கள்
எந்தக் காரணமுமற்று
எல்லாவற்றையும்

வளர்ந்தவர்களிடம்தான்
கலவரங்கள்
எழுப்புவதற்கும்
இடிப்பதற்கும்

வீடடைந்த
அப்பிள்ளைகளின்
கழுவாத கால்களில் துகள் துகளாய்
ஒட்டியிருந்தார்கள்
கடவுளர்கள் .....

எதிர்ப்பு

நிசப்தக் குளத்தில்
நனைந்து விடாமல்
நீந்திச் சென்ற
தூர ஓவியத்தின் அரைநிலவை
எட்டிப் பார்த்த
குஞ்சுமீனை
எங்கிருந்தோ வந்து
கொத்திப் போனதொரு
மீன்கொத்தி

அதுவரை
தன்னையே நம்பி வாழ்ந்த
அம்மீனிற்காய்
சிலிர்த்தெழுந்த அக்குளம்
தன்மீதூர்ந்த
ஆகாயத்தையே
ஒரு கணம்
அசைத்துப் பார்த்தது...

பரிசு

என் வீட்டு மொட்டை மாடியின்
ஓரச்சுவர்
விளிம்பிலமர்ந்தபடி

நனைந்த தன் நீர்ச் சிறகுகளை
சிலிர்த்து
சிறு அலகால் கோதி
நடுங்கிக்கொண்டிருந்தது
மழைக்கு
ஒதுங்கிய பறவையொன்று

நான்
பார்க்குங்கால்
எனைப் பார்த்து
தன் சிறகுலுக்கித்
தவ்விப் பறக்கத் தொடங்கிய
அதன் அமர் விளிம்பில்
பரிசளித்திருந்தது எனக்கு

மொத்த மழையின்
முதல் துளியையும் தன் ஒரு
நீர்ச் சிறகையும்

ஏசு ஆவது கடினம்

சிலுவை
சுமப்பதும்
முட்கிரீடம்
அணிவதும்
கசையடி
பெறுவதும்
அத்தனை
கடினமில்லைதான்
இப்போது

சிலுவை
சுமப்பவனாய்
ஆவதில்தான் இருக்கிறது
அத்தனையும்

2014இன் கடைசிக் கவிதை

தன் விரலைக்
கண்ணறியா நள்ளிரவில்
வெறுமனே
இந்த
இருண்டவெளியைப்
பார்த்தபடியிருக்கும்
ஆந்தையைப் போல

அத்தனை
அமைதியாய்

அத்தனை
அழுத்தமாய்

அத்தனை
நிலையாய்

பார்க்குமென்மேல்
கருணையற்று
பயமுறுத்தியபடியே
இருக்கிறது
இந்த
வாழ்க்கை

உயிர்த்துளி

பெய்தடங்கிய மழையின்
மீதத் துளிகள்
இலைகளில்
தன் அரைத்துயிலினின்று புரண்டு விழும் சப்தம்
எப்படியோ
களைத்துப்போட்டு விடுகிறது
இந்த நடுநிசியின்
மொத்த மௌனத்தையும்

வாகனமேறிய
அரவாய் விசுக்கென
படுக்கையில் சுருள்கிறேன்

ஆழ்ந்துறங்கும்
மீன்களையும்
சலனித்து விடாத நிலா
என்னை மட்டும்
இப்படி எரித்துக்கொண்டே செல்கிறது
பனி நடுங்கும்
குளிரிரவில்
உன் மல்லிகை உடலின்
உஷ்ண நொடிகளில் மூழ்க மூழ்க

உறங்க முயற்சித்து
உறங்காமல் கழிந்த
மறுநாளும்
அப்படியே
சொட்டிக் கொண்டிருக்கின்றன
இலைத்துளிகள்

உனக்காக காத்திருக்கும்போது

பூங்காவின் மூலை இருக்கையில்
உன் வருகைக்காக
காத்திருந்த
என்னருகில்

கிளையுதிர்த்த இலையொன்று
காற்றில்
வந்தமர்ந்தது
துணையாக

கண்ணெதிரில் பொம்மையொன்றிற்கு
முத்தமிட்டு விளையாடிய
குழந்தையின் கண்கள் நினைவூட்டியது
அவ்வளவு அழகான
நம் அன்பை

சற்று தூரத்தில் புதையுண்ட
சறுக்கு மரம் சொல்லியது
உன் மொத்த இளமையின்
உச்சியில் ஓர் நாள்
சறுக்கி விழுந்த
என் முத்தங்களின்
முடிவிலியை

ஆங்காங்கே முகிழ்ந்த
தொட்டிச் செடியின் பூக்களைப்
பார்க்கும் என் கண்களில் விரிந்தது
என்றோ ஒரு நாள்

தூசு விழுந்து கலங்கிய
என் கண்மணிகளை
குவிந்த உன் இதழ் மூச்சு
இயல்பாக்கியதை

மரத்திற்கு
மரம் தாவிய
பறவையொன்றின் உதிர்ந்த சிறகோ
நம் முத்த கணத்தில்
நீ மூடிய இமைகளை
இழைகளை
நினைவில் உதிர்த்தது

அங்கே
சுடு மணலின் வெப்பத்தில்
வறுபடும் நிலக்கடலைகளாய்

இன்னும் வராத உனக்காக
தீய்கிற
என் மனதின் வாசனை

அடி போடி
நீ வருவதாய்த் தெரியவில்லை
இருந்தாலும் பரவாயில்லை

நீயற்ற இப்பூங்காவில்

நீயாகவே உன்
நினைவுகள்
நிறைந்து நிறைந்து

அதற்குப் பின்பாக

குளியலறையிலிருந்து
வெளிவந்த
உன் இடை பற்றி இழுத்த
என் கைகளின் வலிமை
உன் மென்னுடலின்
ஒற்றை மோதலில்
உடைந்துதான் போனது
துவட்ட மறந்த
உன் உடலினின்று
உதிராதிருந்த
திவளைப் பூக்களின் வாசம்

ஆழ்ந்த சுவாசத்தில்
என் உட்சென்றது

யாவும் மறந்து
யாவும் முடிந்து

நம்மின்
மீள் விழிப்பில்
கண்டு திகைத்தோம்

நம் அறை முழுக்க சூழ்ந்திருந்தன
வண்ண வண்ணப்
பூக்களும்
நிரம்பிய வாசமும்

புத்தனில் மூழ்க மூழ்க

எப்படியும் இருக்கிறது
எல்லோர் வீட்டிலும்
ஒருபுத்தர் சிலை
என்னிடமும்
ஒன்று இருப்பதைப் போல

சம்மணமிட்டு
ஒருக்களித்து
தலை சாய்த்து

என
விதம் விதமாய்
புத்தர்கள்

எல்லா புத்தனும்
விழியிரண்டை மூடியபடி
ஆழ்தியானத்தில்
வீற்றிருக்கிறான்

தன் இதயத்தின்
ஆசைக்கதவுகளை
மூடியதாலும்

அனபின்
அத்தனை கதவுகளையும்
திறந்துவிட்டதாலும்

அவன் துறந்தவனானான்
புதியதோர் வழி

திறந்தவனானான்

ஆன்மீகத்தைத் தொட்டுவிட்டதால்
யசோதையை விட்டுவிட்டான்

என வரலாறு வாசிக்கிறது
புத்தனைப் பற்றியொரு பொய்யதிகாரம்

அவன்
அவளைப் பிரிந்ததனால்தான்
அவளை அதிகம்
நேசிப்பதாய் தோன்றுகிறது
அவனில்
மூழ்க மூழ்க
பெண்ணை நேசித்ததால்
மண்ணை நேசித்து
மணவாழ் உயிர்களை பின்
உலகத்தையே நேசித்தானோ

ஒரு பெண்ணை
முழுமையாய் நேசிக்க
முடிந்தவனால்தானே
பிரபஞ்சத்தையே
நேசிக்க முடியும்

எப்படியும் இருக்கிறது
எல்லோர் வீட்டிலும்
ஒரு புத்தர்சிலை
என்னிடமும்
ஒன்று இருப்பதைப் போல

அந்த
எல்லோர்
சிலைகளிலும்

அவனின் மூடிய இமைகளுக்குள்
ஓடிப்பிடித்து
விளையாடிக் கொண்டிருக்கலாம்
யசோதா
தன் புத்தனோடு...

திசைமாறிய கப்பலின் காகிதம்

சொன்ன மாதிரியே
காகித மூலைகளை
வாகாக மடித்து
கப்பல் செய்யத் தொடங்குகிறாள்
குழந்தை

கூரைமழை
வாசலோடும்
குறுவோடையில்
மிதக்க விடுகிறாள்
அக்கப்பலிற்குத் தன்
பெயர் சூட்டி

கடந்துவிட்ட
சில தூரங்களுக்குப் பின்
தன்னியல்பில் மிதந்து கரையொதுங்கியது
மழையூறிய காகிதமாய்

அப்போது
அக்குழந்தை
அக்கப்பலிற்கு
தன் பெயர் வைத்தன் காரணம்
இப்போது
புரிந்துபோனது
அப்பாவிற்கு

சுழற்றிய சந்திப்பு

நீண்ட நாட்களுக்குப்
பிறகு மிக எதேச்சையாய்
அமைந்த நம் சந்திப்பு
கழற்றிவிட்டது
நம் மூளையினோர் மூலையில்
நினைவுகளாய் பதிந்திருந்த
ஞாபகத் தகட்டை

நம்மிருவருக்கும் இடையில்
சுடச்சுட வந்து இன்னும்
அருந்தப்படாமலே இருந்த
கோப்பைகளின் தேநீர் துளிகள்
அணியத்தொடங்கிவிட்டன
நாம் அவிழ்த்துப் போட்ட
மௌனத்தின் ஆடைகளை

ஒரு பேரமைதிப்
பள்ளத்தாக்கில்
காலம் நம்மைத் தள்ளிவிட்டும்
மிக கவனமாய்ப்
பார்த்துக்கொண்டோம்
ஒருவர் கண்களை
ஒருவர் ஊடுருவாமல்

என்றோ எழுதி
பாதியில் தவறிப்போய்
இப்பொழுது கண்ணில் பட்டு
மீண்டும் எழுத முனைய

அறுபட்ட சொற்களின்
முடிவற்ற கவிதையின் தேடலாய்
நமதிந்த சந்திப்பு

உன் காதலன்
குறித்து நானும்
என் காதலி
குறித்து நீயும்
எதுயெதுவோ கேட்கத் தோன்றி
எதுவும் கேட்காமல்
விடைபெறும் வேளையில்

இருவருமே பற்றிக்கொண்ட
உள்ளங்கைகளின்
இடையில் நுழைந்த
நம் கண்ணீர்த் துளிகளின் கதகதப்பில்

எல்லாவற்றையும்
புரிந்துகொண்டு
பிரிந்து போனோம்
எதுவும் பேசாமல்
எல்லாவற்றையும்
பேசிவிட்டு